எழுத்தாணியின் கவிதைகள்

மு.முகமது தௌபிக்

ISBN 979-888530644-7

இந்த நூலை முதலில் எனக்கு ஊக்கம் கொடுத்து

பல நூல்களை எழுத வைத்த ஜமால் முகமது கல்லூரிக்கும்

அங்கு சிறப்பாக பணியாற்றி வரும் அரபித் துறை சார்ந்த ஆசிரியர்களுக்கும்

எனது பெற்றோர்களுக்கும்,நண்பர்களுக்கும் சமர்பிக்க கடமைபட்டுள்ளேன்

பொருளடக்கம்

முன்னுரை

அனைவர்க்கும் வணக்கம்.இது எனது முதல் கவிதை நூல்.

இதில் பல தொகுப்புகளாக் கவிதை தொகுக்கப் பட்டுள்ளது.

தலைப்புகள்: இறைவன்,காதல்,காதல் தோல்வி,தேசம்........

1. இறைவன்

1.

அண்டமும் உனது,

அன்பும் உனது

ஆகாயம் உனது,

ஆற்றலும் உனது

இயற்கையும் உனது,

இரக்க குணமும் உனது,

ஈரமும் உனது,

ஈகை திருநாளும் உனது,

உள்ளமும் உனது,

எட்ட முடியாத உயரமும் உனது,

ஊகனமும் உனது,

ஊதி கொடுத்த மூச்சும் உனது,

எழுதுகோலும் உனது,

எல்லா புகழும் உனது

ஏடணையும் உனது,

ஏராளமான படைப்புகளும் உனது,

ஐவனமும் உனது,

ஐயம் தீர்க்கும் அறிவும் உனது,

ஒளியும் உனது,

ஒலியும் உனது,

ஓசுவும் உனது,

சொர்க ஓடைகளும் உனது,

ஔடதமும் உனது,

ஔதும்பரமும் உனது.....
ஊகனம்- தீர்க்கும், தீர்வு தரும்
ஏடனம்- விருப்பம்
ஐவனம்- மலைநெல்
ஓசு- கீர்த்தி, ஒளி, பொலிவு
ஔடதம்- மருந்து
ஔதும்பரம்- அத்திமரம்

2.

உள்ளம் உருகி அழுது துடிக்கும்
எனது மனதை மன்னிப்பாயா...
உலரி கொண்டு சிதறி வெடிக்கும்
எனது கண்ணீரை மன்னிப்பாயா...
உன் தண்டனை மேல் உள்ள அச்சத்தால் கதறி கொண்டிருக்கும்
இந்த அடியானை மன்னிப்பாயா...
உனது நினைவை இழந்து,
என் உயிரை பிளந்து, குற்றவுணர்ச்சியோடு வாழும் இந்த குற்றவாளியை மன்னிப்பாயா...
உன் அருளால் பிறந்து,
பிறகு உன்னை மறந்து வாழ்ந்து கொண்டிருக்கும் என்னை மன்னிப்பாயா...
நான் இங்கே என் அமல்கள் எங்கே?
இதனால் பாவங்கள் நான் புரிந்திட....
நான் இங்கே என் தக்வா எங்கே?
இதனால் நரக நெருப்பில் நான் எறிந்திட....
அனைவரையும் பாதுகாப்பவனே
அடியானின் அழைப்பை கேட்பவனே...
தவ்பா கொடுப்பவனே

பாவங்களை தடுப்பவனே...

இந்த அடியானை மன்னித்துவிடு...

3.

வலியால் உடைந்த எனக்கு

ஆறுதலும் நீயே...

ஒளி இழந்த என் மனதுக்கு

முழு மதியும் நீயே...

விழி இழந்தவர்களுக்கு பார்வையும் நீயே...

நல்வழி இழந்த எனக்கு நேரான பாதையும் நீயே...

புவி படைத்த சிறந்த

மேதையும் நீயே...

உன் பெயரை துதிப்பவருக்கு

அழகிய கீதையும் நீயே...

உன்னை அறியாதிருந்தும் உன் பக்கம்

திரும்பாத பேதையும் நானே...

உன் தண்டனைகளை தெரிந்திருந்தும்

உன் பக்கம் திரும்பாத பாவியும் நானே...

உன் பக்கம் திரும்பிய இந்த அடியானை அனைத்துக்கொள்...

என் தூக்கம் மறந்து உன்னை விரும்பி தொழும் என்னை உன் அருளொடு இனைத்துக்கொள்....

2. காதல்

1.

தன் நித்திரையும் எனக்கு திரையிட்டலே அந்த கல்லி...

சித்திரையிலும் எனக்கு குளிர் காய்ச்சல் வர வைத்தாலே...

குளிர் நேரங்களில் தன் மூச்சு காற்றால் வெப்பம் குடுத்து...

பெரும் பாரங்களில் தன் பேச்சால் வலியை எடுத்து...

இரவின் ஓரங்களில் தனது சிரிப்பால் பல கவிதைகள் மடுத்து...

எனக்கு காதல் வேதனைகளை தரும் இவள் ஒரு தேவதையா???.

ஆம், ரக்கை இல்லாத தேவதை...

அவளை கண்டவர்களை சிலிர்க்க வைப்பால்....

அவளை நேசம் கொண்ட எனக்குல் பல கவிதைகளை துளிர்க்க வைப்பால்...

என் காதலை அரிந்தும் அவள் காதலை மௌனத்தில் முடக்கி வைப்பால்...

உன் மௌனத்திலும் உன் காதலின் வாசம் எனக்கு வீசுதடி...

சில நேரங்களில் உன் மௌனமே என்னுடன் பேசுதடி....

மறைத்தது போதும் உன் காதலை என்னிடம் கூறு....

உன்னை மட்டுமே நினைக்கும் என்னுடன் வந்து சேரு...

2.

என் தூக்கத்தை மறந்து நீ தூங்குவதை ரசிக்க ஆரம்பித்தேன்...

நீ தூங்கும் அழகை கண்டு நானே ச்தமமபித்தேன்....

உனது அழகான முனவல் சத்தம்...

என் மனம் அதன் பின்னே சுற்றும்...

தூக்கத்தில் நீ விடும் மூச்சுக்காற்றை சுவாசிக்க என் மனம் நாடு-தடி...

அந்த காற்றையே வாசம் தரும் பூக்களும் தேடுதடி...
அந்த மூச்சை சுவாசிக்காமல் எனது நெஞ்சமும் வாடுதடி....
ஒரு நாள் உனது மடி மீது நான் தூங்க வேண்டும்...
மழைநீர் போலவே நான் உன் மனதில் நான் தேங்க வேண்-டும்.......

3.

உன் குரலுக்கு முன் குயில்கள் தோற்றது...
உன்னை முதல் முறை பார்க்கவே என் உடல் வேர்த்தது....
உன் கருவிழியை கானவே கரும் காக்கைகளும் உன் வீட்டில் கரைந்தது....
உன்னிடம் பேசவே என் நெஞ்சம் உறைந்தது....
உன் பாதம் கீழே பட கூடாது என்று நிலம் உன்னை தாக்கியது....
உன்னிடம் விரலை பிடிக்கவே என் உள்ளம் ஏங்கியது.....
உன் கையை பிடிக்கவே பூக்கள் பூத்திருக்கும்...
உன் காதலுக்காக என் உயிர் காத்திருக்கும்...

4.

விழியோரம் விரைந்தவளே,
என் மனதில் நிறைந்தவளே,
நெஞ்சோடு உறைந்தவளே,
கண் விழிக்கும்போது
கனவாக கரைந்தவளே,
புயல் அடித்தும் அசையாத என்னை
மூச்சு காற்றால் சாய்த்தவளே,
குரல் என்னும் அம்பை என்
குருதிக்கல் பாய்த்தவலே,
தொலைதூரம் நீ தள்ளி இருப்பினும்
உன்னை தேடி நான் வருவேன்,

கடல் தாண்டி நீ தள்ளி இருப்பினும்
உன் காதலை நாடி நான் வருவேன்,
என் மனதோடு கலந்து விடு,
என் உயிரோடு பிணைந்துவிடு.

5.

உன் குரலால் என்னை சிதைக்காதே,
உன் இதலாலே என் பெயரை -கதைக்காதே,
என் நெஞ்சில் அன்பை விதைத்தாய்,
என் கவலைகளை அடியோடு -புதைத்தாய்,
வானம் இருண்டு போனாலும் நிலவு
-பொலிவு தரும்,
நான் சோகத்தில் சுருண்டு போனாலும்
-உன் குரல் எனக்கு பொலிவு தரும்,
உனது குரல் மனித குரலா?
இல்லை மென்மையான ரோஜா -இதழா?
தினமும் உன் குரலால் புது
மனிதனாக திறக்கின்றேன்,
உன் குரல் கேட்காத நாட்களில்
வலியால் இறக்கிறேன்,
உன் குரலுக்காக ஏங்கும்
இந்த எழுத்தாணி.

3. காதல் தோல்வி

1.

விழிகளில் இருந்து கண்ணீர் துளி ஒன்று எழுர...

நீ இல்லாத இரவின் இடையில்

வலி ஒன்று துளிர...

உன் மூச்சு காற்றுக்கிடையில்

இந்த கோடையும் குளிர...

இருள் அடைந்த எனது மனதிற்குள்

முழு மதி போன்ற உன் முகம் மலர...

நீ என் மனதை வருட வந்தவளா???...

இல்லை திருட வந்தவளா???...

கடல் தாண்டி மலரும் உன் முகமும்...

உன்னிடம் உலரும் என் மனமும்...

சில நேரங்களில் உனக்கு வரும்

அழகான சினமும்...

என்னை சீண்டுதடி...

உன்னை பற்றி நினைக்க சொல்லி என்னை தூண்டுதடி...

என்னை நீ வெறுத்தாலும் உன்னை நான் வெறுக்க இயலேன்...

சில நாட்கள் நமக்குல் நடந்த உரையாடல் சிறிதாக இருப்பினும்...

அது கடல் நுரையை விட எனக்கு பெரியதடி...

2.

பிரிவதற்கு ஒரு சொல் போதும்..

எரிவதற்கு கல் போதும்...

உன் பிரிவினால் என் மனம் வாடாது...

உன் குரலை என் செவிகள் தேடாது...

நீ இருக்கும் திசையை நோக்கி என் கால்கள் ஓடாது...

உன் நினைவுகள் என்னை கொல்லாது...

உன்னுடைய பிரிவு என்னை கவலைக்குல் தல்லாது...

நீ இல்லாமல் என் அழகிய இரவு சுருண்டுவிடாது...

நீ இல்லாமல் என் மனம் இருண்டுவிடாது...

உன்னை வர்ணிக்காமல் என் கவிதை திறனும் வரண்டுவிடாது...

இது எல்லாம் பொய் என்று தெரிந்தும் நீ என்னை வெறுப்பது ஏனடி...???

என் அன்பை மறுப்பது ஏனடி...???

3.

பனித்துளி போலவே நான் இங்கு கரைய...

மழைத்துளி போலவே உன் நியாபகங்கள் என்னுள்ளே நிரைய...

உன் குரல் கேளாமல் கண்ணீர் துளிகள் கானல் நீராய் மரைய...

இவ்வளவு வேதனையிலும் உனக்காக காத்திருக்கிறேன்...

பிரை நிலவு தேய்தாலும்...

விரையும் எண்ணங்கள் தோய்ந்தாலும்

..

உன் நியாபகம் என்னும் அலை என்மீது பாய்தாலும்...

உனக்காக நான் காத்திருப்பேன்.....

நோயும் நீயே மருந்தும் நீயே...

வலியும் நீயே சுகமும் நீயே...

கவலையும் நீயே ஆனந்தமும் நீயே...

எனக்கு அனைத்தும் நீயே, உனக்கு அனைத்தும் நானாக ஏற்றுக்கொள்வாயா????

4.

உன்னை தினமும் தேடும்

என் கண்களை மறவாதே,

உன் பெயரைக் கதைத்து கொண்டிருக்கும் என் இதயத்தை
-மறவாதே,
உன்னோடு வாழ ஆசைப்படும்
இந்த உயிரை மறவாதே,
உன் முகத்தை காணாமல் காதலிக்கும்
இந்த மனதை மறவாதே,
உனக்காக காத்திருக்கும்
என்னை மறவாதே,
நீ என் நினைவோடு உள்ள வரை
என் நிழல் என்னைவிட்டு பிரியாது,
உன் குரல் என் மனதோடு உள்ளவரை
என் உயிர் என்னை விட்டு பிரியாது...

4. நாடு

1.

ஊரெல்லாம் ஊழல், லஞ்சம்....

அதை பற்றி மக்கள் நினைப்பதோ கொஞ்சம்..

கொரானா கொடிய நோயாம்..

அதை பரப்பியது தொப்பி அணிந்த

பாயாம்..

பச்சை கொடி காட்டி விமானத்தில் பறந்த காலம் போய் மக்களி-டம் பிச்சை எடுத்த அவமானத்தில் முதல்வர்...

நாட்டை மாத்த சொன்னால் ரூபாய் நோட்டை மாற்றுகிறார்.....

அவசியமான பொருளின் விலையை ஏற்றுகிறார்.....

முன்னேற விளக்கம் கொடுக்க சொன்னால் விளக்கை பிடிக்க சொல்கிறார்.....

2.

முஸ்லிம்களை அழிக்கவோ ஒரு கூட்டம்....

இறைவனின் வேதனையை பார்த்து இந்த தேசமே ஓட்டம்....

நாட்டை விட்டு வெளியேற சொன்னவர்,

இன்று வீட்டைவிட்டு வெளியேற வேண்டாம் என்கிறார்.... முஸ்-லிம்களையும் ஈழ தமிழர்களையும் ஒதுக்கினார்..

முஸ்லிம்களின் வரலாற்றையே பதுக்கினார்....

இப்போது தெரிகிறதா இறைவனின் வேதனை... இதுவே எங்கள் அமைதியின் சாதனை....

இது கவிதை அல்ல.. எங்களின் கதறல் ...

3.

படை கொண்டு வருகிறோம் தடுத்து பார்,

நடை போட்டு வருகிறோம் உன் அடியை கொடுத்து பார்.
உறுதியோடு வருகிறோம் இதை உடைத்து பார்,
குருதி சிந்தி வருகிறோம் எங்கள் குரலை கேட்டு பார்.
வியர்வை சிந்தி வருகிறோம் நீதியே எங்கள் பக்கம் விரைந்து வா......

4.

விவசாயிகள் விவசாயிகள்,
அவர்களை விரட்ட இங்கு பல நாய்கள்.
அவன் மிதிக்கும் சேரு அசிங்கம் என்றால், நீ உண்ணும் சோறு அசிங்கமடா.
இரவு பகலாக வயலில் வேலை,
அது இல்லை என்றால் நீ நாயை போல விட வேண்டும் ஊலை.
அவன் நமக்கு ஆரோக்கியமான பயிர் தருகிறான்,
நாமோ அவனுக்கு தூக்கு கயிற் தருகிறோம்.
பயிரிட்ட அவர்களுக்கு உயிர் எடுக்க தெரியாது..
இந்நிலை மாற வேண்டும், விவசாயிகளுக்கு நீதி சேரவேண்டும்.
இது என் கவிதை அல்ல என் கதறல்•••

5.

2021...ஒரு மேலோட்டம்...
புத்தாண்டு வந்தது, புன்னகையை தந்தது..
சட்டங்கள் வந்தது, சர்ச்சைகளை தந்தது...
பல காடுகள் எரிந்தது, அந்த இறைவனின் பிடி புரிந்தது...
புது நோய் ஒன்று வந்தது, பல உயிர்களை கொன்றது...
ஊரடங்கு வந்தது, பல பாடங்களை தந்தது..
குழந்தைகளின் கர்ப்பு பரிக்கப்பட்டு,மனிதநேயம் எரிக்கப்பட்டது...
இருவரின் ஓய்வு, பலர் மனதுக்கு தொய்வு தந்தது...

சில இடங்களில் நிலநடுக்கம் வந்தது, சில புயல்கள் மன திடுக்கம் தந்தது..

இங்கு மாணவர்கள் தொலைபேசியில் பாடம் படிக்க, அங்கு விவசாயிகளின் போராட்டம் வெடித்தது...

2021தே...நீ பல பாடங்களை அனைவருக்கும் கற்பித்த ஆசான் ஆவாய்.....

www.ingramcontent.com/pod-product-compliance
Ingram Content Group UK Ltd.
Pitfield, Milton Keynes, MK11 3LW, UK
UKHW021643190726
13853UKWH00001B/28